காத்தாடி

ஆசைகளும் எதிர்பார்ப்புகளும்

Published By

Kaathaadi

Edited By Archana Muthukarthick

Published by : Poetry World Org.

Publisher's Address : Haryana

Printed under PWO in India

Edition : I (2022)

ISBN (Paperback) - 9789392507199

Book Design by POETRY WORLD

Copyright © Archana Muthukarthick

POETRY WORLD ORG 2021

காத்தாடி

ஆசைகளும் எதிர்பார்ப்புகளும்

தலைமை தொகுப்பாளர்

அப்சல் அகமது

தொகுப்பாளர்

அர்ச்சனா முத்துக்கார்த்திக்

காத்தாடி

தசை கிழித்து வரும் மழலை தொடங்கி தட்டு தடுமாறும் முதிர்வு வரை ஆசையும் உண்டு எதிர்பார்ப்பும் உண்டு. எத்தனை ஆசைகள் மலர்ந்திருக்கும். எத்தனை எதிர்பார்ப்புகள் எட்டிப் பார்த்திருக்கும். ஆயிரம் முயற்சிகள் செய்திருப்போம் ஆசைகள் நிறைவேற. இதில் எட்டிய ஆசைகளும் உண்டு. எட்டா தூரத்தில் உள்ள ஆசைகளும் உண்டு. இங்கே ஒவ்வொரு கவிதைக்கும் ஒரு ஆசையும் இருக்கும் ஒரு எதிர்பார்ப்பும் இருக்கும்... சற்று ஓய்வெடுத்து என் எழுத்தாளர்களின் ஆசைகளையும் எதிர்பார்ப்புகளையும் வாசித்துவிட்டுச் செல்வோம்.

தலைமை தொகுப்பாளர்

இவன் பெயர் அப்சல் அகமது. கண்ணகி தன் சினத்தால் தீயிட்டு சாம்பலாக்கிய மதுரை மாநகரில் பிறந்தவர். தற்போது இளங்கலை பொறியியல் பயின்று வருகிறார். "சீரிய நினைவுகளும் சிவந்த காயங்களும், கற்பனையின் சித்திரம்" ஆகிய நூல்களின் தொகுப்பாளர் ஆவார். மேலும், இவர் 40 மேற்பட்ட நூல்தொகுப்புகளில் இணை ஆசிரியராக பணியாற்றியுள்ளார். திறமையை உள் சுமக்கும் பல திறமையாளர்களை கண்டறிந்து அவர்களின் கனவை நிறைவேற்றுவதன் மூலம் இன்பம் கொள்கிறார்.

ஆசை

பகைகள் கொள்ளாத
உறவுகள் மேல் ஆசை
பொறாமை கொள்ளாத
மனதை காண ஆசை

முதுமை இல்லா
இளமை காண ஆசை
வறுமை இல்லா
இளமை காண ஆசை

களப்படமில்லா
பொருட்களை வாங்க ஆசை
காணும் இடமெல்லாம்
ஊழல் மறைய ஆசை

ஏழை இல்லா
தேசம் காண ஆசை
பாகுபடில்லா
சமத்துவம் காண ஆசை

- அப்சல் அகமது

தொகுப்பாளர்

அர்ச்சனா முத்துக்கார்த்திக்

தொகுப்பாளராக இரண்டாவது பயணம்.. விதையாய், சேயாய், சகோதிரியாய், தோழியாய், காதலியாய், மனைவியாய், மருமகளாய், தாயாய் என பல ஆசைகளும் எதிர்பார்ப்புகளும் கொண்டவளாய். எழுத்துக்கள் மீது தீரா காதல் கொண்டவள். தொகுப்பாளராய் தொடர்கிறது இவள் பயணம்.

ஆசைகளும் எதிர்பார்ப்புகளும்

ஆசை

நேரம் கரைந்து ஓடி விளையாட...

திகட்ட திகட்ட பிடித்ததை உண்டு மகிழ...

எப்பொழுதும் வகுப்பில் முதலிடம் பிடித்திட...

வீட்டில் செல்லமாய் வலம் வர...

பார்க்கும் இடமெல்லாம் வசந்த காலமாய்...

பதின் பருவம் எய்தும் பாகுபாடு பார்க்காமல்...

பட்டம் பெற்றதும் கை நிறைய உழைத்துவிட.....

மனதில் பட்டவனே மணமேடையில் வீற்றிருக்க....

மாதம் கழிய மழலை மடியில் தவழ...

அவள்(ன்) காலம் என் காலமாகிட....

வளர்ந்து கொண்டே போகிறது

என் ஆசைகளும்

நடக்க வேண்டும்

என்ற என் எதிர்பார்ப்புகளும்...

- அர்ச்சனா முத்துக்கார்த்திக்

பொருளடக்கம்

அத்தனைக்கும் ஆசைப்படு................................17

   S. Isakki Lakshmi 18

அவள் ஆசைகளும் எதிர்பார்ப்புகளும் 19

   Santhiya. R 19

அனைத்தும் பலமே! 20

   ஜோயல் சா. பிரிஜித் 21

ஆசை 22

   Saranpandiyan 23

ஆசைகள் 24

   Painthamzil selvi 24

ஆசை கொண்டேன் 25

   கவியோகேஷ்.மு 25

ஆசையில்லை 26

   Kaviraj. B 27

ஆசை ஆசை 28

   தா.ராஜேஷ்வர ராவ் 28

ஆசைகளும் எதிர்பார்ப்புகளும் 29

   லெட்சுமி லிங்கம் 29

ஆசைகளும் எதிர்பார்ப்புகளும் தான் 30

   A. Sivasankar 31

ஆசையில்லா எதிர்பார்ப்பு................................32

ஜி.கீர்த்தனா தேவி 32

ஆசையே வேலியா? 33

சரண்யா தேவி குமரவேல் 33

ஆசையின் பிடியில் 34

கீர்த்தனா அறிவழகன் 34

ஆசைக்கடல் 35

மு. ஹேமலதா 35

ஆசையும் எதிர்பார்ப்பும் 36

சு. ஜெயசுதா 37

உன்னை பார்த்த பின்பு நான் 38

மேக்னா முத்துராமன் 39

என்ன அர்த்தம்? 40

தினேஷ் குமார் 40

என் ஆசை...! 41

ம.சுதா கவி சிவகங்கை 41

என் பேராசை 42

யாமினி 42

எதிர்பார்ப்பெனும் அவளின் ஆசைகள் 43

தஞ்சை தமிழச்சி அபிநயா 43

என் நாட்காட்டியே! 44

Saraswathy saravanan 44

என்னவை 45

கோபிநாத் வீராசாமி................................45

எண்ண(ம்)மெல்லாம் நீயே....................................46

S.Keshava Raj................................46

எண்ணுவதெல்லாம் உயர்வுள்ளல் 47

பா.கவுசிகா (பார்கவி)...........................48

ஏஞ்சலுக்காக ஏங்கியிருந்தேன்.............................49

ரகசிய காதலன்................................49

ஓராயிரம் கவிகள்................................50

R.Royce Antony Prasath.B.A, LLB., ...50

கானல் கனவுகள் 51

புவனா நாகராஜ்................................51

காத்தாழி 52

Pattathari................................52

காத்துக் கிடக்கின்றேன்................................53

கு.ரமேஷ்குமார் 53

குடிசையும் வீடும் கோயில் மாளிகை 54

பூ.நிவாஸ் 54

காற்றோடு எனது ஆசைகள்................................55

மாதவன் கவிச்சிதரல்................................55

குழந்தையின் ஆசை 56

அஜேஷ் ராம் ஜெ.ஜெ................................56

சாதித்திட வேண்டும்!................................57

மாயாதி 57

சின்னச்சின்ன பேராசைகள் 58

Soorya Elampillai 58

சிறகிழந்த பறவை 59

Madhumitha KKN 59

பெண்ணின் களாப காலம் 60

Ramnath T 61

மனிதனே! 62

மீ. இராம்குமார் 62

மனிதா இனியாவது சிந்திப்பாயா? 63

இளம் கவிஞர் சா.விஜயகுமார் 65

நாளை எதிர்பார்த்தே! 66

Sathiyabalan V 66

நெஞ்சம் கொண்ட நேசம் 67

காவியா செங்கொடி 67

வாழ்க்கை.. 68

த.நந்தினி (இதயத்தின் தாரகை)............... 68

வாழ்வின் கனவுகள் 69

க.க 69

விவசாயிகளின் நிலை 70

அ .சையது அயுதாஹிர்........................... 71

காத்தாழி காத்தாழி 72

ஜெ. கோகுல் 72

விஷக் குப்பி 73

Vahith 73

அத்தனைக்கும் ஆசைப்படு

அகத்தில் ஆசைகள் பல கோடி

அதைப் பற்றித் தொடர்வர் சில கோடி!

அற்ப ஆசைகள் சிலருக்கு

அசாத்திய ஆசைகள் சிலருக்கு

அடக்கியாள ஆசை சிலருக்கு

அன்பால் அடிபணிந்திட ஆசை சிலருக்கு!

அவரவர் சிந்தனைக்குள் பலநூறு எண்ணங்கள்

அப்படியே நடந்துவிட்டால் முயற்சியும் ஏதோ?

அதை அப்படியே விட்டுவிட்டால் வெற்றியும் ஏதோ?

அக்கம்பக்கம் ஆயிரஞ்சொன்னாலும்

அத்தனைக்கும் ஆசைப்படு

அர்த்தமற்ற கவலை நீக்கிடு

அரவமில்லாது அசை போடு

அதுவரை நம்பிக்கை துணையோடு

அச்சம் அவமானம் தவிர்த்திடு

அகிலம் தந்திடும் வெகுமானம்

அதையெண்ணி நீயுந் துணிந்திடு!

அதிகப்படி வாழ்வில் ஏறிட அலட்சியத்தை மிதித்திடு

அசரா மனங்கொண்டு

அசுர வளர்ச்சி நீ காண

அத்தனைக்கும் ஆசைப்படு!

அவாக்களெல்லாம் உயிர்பெற்று

அவனி போற்றிடும் மயங்காதே

அத்தனைக்கும் ஆசைப்படு!

S. Isakki Lakshmi

அவள் ஆசைகளும் எதிர்பார்ப்புகளும்

19

உனக்கென்ன

ஆசை இருக்கு? என்று

ஆடவள் எதிர்பார்த்த

கேள்வியெல்லாம்

உளி கொண்டு

சிறு துகள்களாய்

சிதறடித்து கொண்டிருந்தான்

அவளவன்

இறுதியில்

மூச்சு திணறி இறந்த அவள்

எதிர்பார்ப்புகளற்ற

எதிர்காலத்தையே ஆசையாக நிவர்தித்து

நிறைமனம் கொள்கின்றாள்...

Santhiya. R

அனைத்தும் பலமே!

ஒருவன் மனிதனாக வாழ்வது ஆசை!

மாமனிதனாக வாழ்வது எதிர்பார்ப்பு!

மகளின் திருமணம் பெற்றோரின் ஆசை!

மகளுக்கு கனவு மீது எதிர்பார்ப்பு!

தந்தைக்கு பிள்ளைகள் நல்வழியில் வாழ ஆசை!

பிள்ளைகளுக்கு பெற்றோரை கவனிக்கும் எதிர்பார்ப்பு!

ஆசிரியருக்கு மாணவன் சிறப்பாக வர ஆசை!

மாணவனுக்கு ஆசிரியர் அன்பாக நடத்த எதிர்பார்ப்பு!

மேல்தட்டு மக்களுக்கு பணம் வர ஆசை!

கீழ்த்தட்டு மக்களுக்கு ஒரு நேர உணவு எதிர்பார்ப்பு!

சாலையில் செல்லும் மக்களுக்கு பல ஆசைகள்!

சாலையோர மக்களுக்கு வசிக்க வீடு எதிர்பார்ப்பு!

ஆங்கிலேயர்கள் தமிழ் மொழியில் உரையாட ஆசை!

தமிழருக்கு வேற்று மொழி பேச எதிர்பார்ப்பு!

ஆசைகள் எதுவாகினும் எதிர்பார்ப்புகள் பலவாகினும்

இணைந்து வாழ்ந்தால்

அனைத்தும் பலமே!

கவியின் தோழன்

ஜோயல் சா. பிரிஜித்

ஆசை

22

பட்டதாரி ஆகியும் இன்னும்

பத்திரமாக இருக்கும் என் பட்டத்திடம்

இந்த படிப்புக்காக நான் பட்ட

வேதனைகளை சொல்ல ஆசை!

ஓராயிரம் தொழில்கள் இருந்தும் குழிக்குள் இறங்கியே
ஆகவேண்டும்

என்ற கட்டாயத்திற்கு கொண்டு வந்த

முதலாளிகளிடம் என்

கவலைகளை சொல்ல ஆசை!

அன்பும் ஆசையும் நீ தான் என்று சொல்லிய பிறகும்
சுலபமாக

உதறி தள்ளும் உறவுகளிடம் என் கண்ணீரின் மதிப்பை
சொல்ல ஆசை!

ஒன்றா! இரண்டா! அய்யோ, இந்த சமூகத்திடம்

ஓராயிரம் சொல்ல ஆசை!

செவிகள் கிழிய சத்தம் போட்டு

உரக்கச் சொல்ல ஆசை!

Saranpandiyan

ஒன்றா! இரண்டா! அய்யோ, இந்த சமூகத்திடம்

ஓராயிரம் சொல்ல ஆசை!

செவிகள் கிழிய சத்தம் போட்டு

ஆசைகள்

24

துடிக்கும் இதயத்திற்கு ஒரு ஆசை உண்டு...

ஆசைகள் வளர்த்த இதயம் அதன் மீது கொண்ட

காதலில் அலைந்து திரிந்து

சேர்த்து வைத்த ஆசைகள் சிதரியதும்...

சின்ன சின்ன கனவுகளோடு துடித்துக்கொண்டு

இருந்தது...

அதுவும் சிதறுவதை கண்டு

எந்தவித எதிர்பார்ப்புமின்றி துடிக்க ஆரம்பித்தது...

Painthamzil selvi

ஆசை கொண்டேன்

25

பிறர் என்னை வணங்கி போற்றிட

ஆசை கண்டேன்!

நீயென்ன தலைவனா? என்றவர் என்னிடம் இதை

எதிர்பார்த்தார்.!

செடி நட்டிட ஆசை கொண்டேன்!

செல்வம் உள்ளதா? என்று என்னை

நானே எதிர்பார்த்தேன்.!

வாழ்க்கை சீராகிட நானும் ஆசை வரைந்தேன்!

மனமோ சோர்ந்திடாதே என்று சொல்லிட

எதிர்பார்த்தது!

தியாகம்   செய்திட ஆசையை வளர்த்தேன்!

சுற்றியுள்ள சொந்தங்களும் என்னிடம் இதை மட்டுமே பெரிதும்

எதிர்பார்க்கிறது!

கவியோகேஷ்.மு

ஆசையில்லை

தாமரை மலருக்கு அதன்

இதழ் மீது ஆசையில்லை

ஆனால்..

சேற்றுக்கும் நீருக்கும் அதன்

மீதான தாகம் குறைவதில்லை...

சூரியனுக்கு சந்திரனை

சந்திக்கும் ஆசையில்லை

ஆனால்..

நட்சத்திரங்களும் கதிரவனை

சந்திக்கும் எதிர்பார்ப்புகள்

குறைவதில்லை...

காற்றுக்கு வேலியை

அடையும் ஆசையில்லை

ஆனால்..

கம்பி வேலியின் கம்பிக்கு

காற்றை வருடும்

எதிர்பார்ப்புகள் குறைவதில்லை...

அவளுக்கு என்னை

பார்க்கும் ஆசையில்லை

ஆனால்..

எனக்கு அவள் கைகோர்க்கும்

எதிர்பார்ப்புகள் குறைவதில்லை...

Kaviraj. B

ஆசை ஆசை

ஆசை...ஆசை...

அகிலம் ஆளவும் ஆசை...

அத்தனையும் கற்கவும் ஆசை...

இசையை ரசிக்கவும் ஆசை...

இனிமை மொழி கேட்டிடவும் ஆசை...

ஆசைகள் யாவும் எண்ணமாய் மலர்ந்திட...

ஆயுட்காலம் முழுதும் எதிர்பாரா வாழ ஆசை...

ஏமாற்றம் தராத எதிர்பார்ப்பின் மீதும் ஆசை...

எண்ணமெல்லாம் நிறைவெறவும் ஆசை...

எதிர்பார்ப்பின் வழிகிடைக்கும் இன்பங்கள் மீதும்
ஆசை...

ஆழமான கற்பனைகொள்ளவும் ஆசை...

ஆசை, எதிர்பார்ப்பும் என்ற இத்தலைப்பின் மீதும்
ஆசை..

தா.ராஜேஷ்வர ராவ்

ஆசைகளும் எதிர்பார்ப்புகளும்

ஆசை!
அனைவருக்கும் அடுத்தவர்கள் போன்று வாழ ஆசை
ஒருவனுக்கு இன்றைய இட்லி
மாலையில் உப்புமா ஆக கூடாது என்ற ஆசை
ஏழைக்கு இன்று உப்புமாவது கிடைக்குமா என்ற
ஆசை
மிடில் கிளாஸ் மக்களுக்கு அவர்வர் வாழ்க்கையை
ஒவ்வொரு நாளும் கடத்தி(கடந்து) விட ஆசை
எதிர்பார்ப்பு!
நாம் ஒன்று நினைக்க நடப்பது வேறொன்றாக ஆக
உடைவது
நம் மனம் இன்றி நம் எதிர்பார்ப்புக்களும் தான்
நம்முடைய ஏமாற்றத்திற்கும் விருப்பு வெறுப்புக்கும்
காரணம் ஒன்று தான்
யாரிடமும் எதையும்
எதிர் பார்க்காமல் வாழ்பவர்கள்
இவ்வுலகில் அரிது அவர்களை போல் வாழ்வதும்
அரிது
வாழ கற்று கொள்ளுங்கள் எந்த எதிர்பார்ப்பும்
யாரிடமும் இல்லாமல்

லெட்சுமி லிங்கம்

ஆசைகளும் எதிர்பார்ப்புகளும் தான்

நம் வாழ்வில் ஏற்படும் துன்பத்திற்கு காரணம்
ஆசைகளும் எதிர்பார்ப்புகளும் தன் .

காதலில் ஏற்படும் தோல்விக்கு காரணம் ஆசைகளும்
எதிர்பார்ப்புகளும் தான்

குழந்தைகளின் முன்னேற்றம் பெற்றோர்களின்
ஆசைகளும் எதிர்பார்ப்புகளும் தான்.

நட்பின் அடையாளம் நண்பனின் ஆசைகளும்
எதிர்பார்ப்புகளும் தான்.

அன்னையின் அரவணைப்பு குழந்தையின் ஆசைகளும்
எதிர்பார்ப்புகளும் தான்.

கடவுளின் கருணை பக்தனின் ஆசைகளும்
எதிர்பார்ப்புகளும் தான்.

வானதின் மழைபொழிவு விவசாயி யின் ஆசைகளும்
எதிர்பார்ப்புகளும் தான்.

காட்டில் வாழும் குருவிகளுக்கு மரங்களின்

அசைவுகள் ஆசைகளும் எதிர்பார்ப்புகளும் தான்.

எழுத்துக்களில் உள்ள கருத்து எழுத்தாளர்களின்
ஆசைகளும் எதிர்பார்ப்புகளும் தான்.

நீர் நிலைகளின் தண்ணீரின் அளவு மீன்களின்
ஆசைகளும் எதிர்பார்ப்புகளும் தான்.

வாக்களிக்கும் உரிமை ஒவ்வொரு குடிமகனின்
ஆசைகளும் எதிர்பார்ப்புகளும் தான்.

மாணவர்களின் எதிர்காலம் ஆசிரியர்களின்
ஆசைகளும் எதிர்பார்ப்புகளும் தான்.

உறவுகளின் ஏற்படும் விரிசல் அதிக அன்பின்
ஆசைகளும் எதிர்பார்ப்புகளும் தான்.

கணவன் மனைவியின் ஒற்றுமை குடும்பத்தின்
அசைகளும் எதிர்பார்ப்புகளும் தான்.

கவிதைகளின் சிறப்பு வாசகர்களின் ஆசைகளும்
எதிர்பார்ப்புகளும் தான்.

A. Sivasankar

ஆசையில்லா எதிர்பார்ப்பு

காற்றினை கையில் பிடித்து

அதை என் சுவாசத்திற்குள் வைத்துக்கொள்ள

ஆசைகொண்டேன்

அது என் கை மீறி போய்விட்டது!

மரத்தின் உச்சியை தொட

அதன் கிளையினை பிடித்து ஊஞ்சலாடினேன்

நான் வளர அதுவும் வளர்கிறது,

மழையின் ஈரம் ஆய்ந்தேன்

அதோடு நிறுத்தாமல் அதன் பிறப்பிடத்தை அறிய

நினைத்தேன்

வெள்ளத்தால் என்னை மூழ்கடித்தது,

இவ்வாறு,

என் நிறைவேரா ஆசைகள்

தீர்ந்துவிட எதிர்பார்க்கிறேன்

அதுவே ஆசையாய் மாறிவிடுகிறது..

ஜி.கீர்த்தனா தேவி

ஆசையே வேலியா?

பெண்ணாய் பிறந்ததாலோ

என்னவோ.?

அனைத்திலும் வேலி..

ஆடையில்...

கல்வியில்... இன்னும் பல

பெண் தான் சாதிக்கிறாளே

என்றாலும்...

பத்தில் ஒருத்தியே அவள்...

மீதமானவளை ஆளுகிறது ஆண் வர்க்கம்...

எதிர்பார்ப்பையும் ஆசையும் மாற்றிக் கொள்ளவே

விளைகிறாள்...

இருந்தும் வீழ்கிறாள்...

பெண் சுதந்திரம் கொடுத்துவிட்டு...

உடம்பை பறித்துக் கொள்ளும்

சமுதாயத்தால்...

தாலி எனும் வேலியால் அடக்கி ஆளும் சில

ஆண்களால்..

சரண்யா தேவி குமரவேல்

ஆசையின் பிழையில்

ஆசைகளோ இமாலய மலைபோல்

உயர்ந்து கொண்டே செல்ல...

என் உறக்கத்தை களவாண்டு

துயிலிலும் கனவு கோட்டையாய் ஆசைகள்

துளிர்விட்டு பறக்க

அதனை அடைய மனமோ ஏங்க

நிறைவேறுமா என்ற எதிர்பார்ப்புகள்

ஏக்கங்களாக மாற...

எல்லாம் நிறைவேறும் என்ற நம்பிக்கையில்

நிராசையாகவே கடக்கிறது

என் ஆசைகள் அனைத்தும்...

கீர்த்தனா அறிவழகன்

ஆசைக்கடல்

35

சிறு வயதிலோ பெரியவனாக ஆசைப்பட்டேன்

ஆனால் இப்போதோ குழந்தையாகவே

இருந்திருக்கலாம்,

என்று உள்ளம் ஏங்குகிறது.

பருவ வயதில் மனம் அலைபாய்ந்தது

அதே மனம் வாலிப வயதில்,

தனிமையை தேடியது.

யாருக்குத்தான் இல்லை ஆசை?

சிறியவர் முதல் பெரியவர் வரை,

அனைவரும் ஆசை என்ற கடலில் மூழ்கின்றன.

சில ஆசைகள் நம் எதிர்பார்ப்பை போல்,

நடக்கவில்லை என்று தெரிந்தும் ஏனோதெரியவில்லை,

நம் மனம் ஆசைபட்டுக்கொண்டே இருக்கிறது

மு. ஹேமலதா

ஆசையும் எதிர்பார்ப்பும்

மீண்டும் ஒரு பிறப்பு எடுத்தால் அதில்   என் தாய்,
தந்தை கருவில் சுமக்க ஆசை

ஒரு சில மணி நேரமாவது பறவையின் சிறகினை
கொண்டு உலகினை சுற்றி வர ஆசை.

கலங்கம் உள்ள மனிதர்கள் மத்தியில் கலங்கமில்லா
குழந்தையாகவே மாற ஆசை

எலி வலை யானாலும் தனி வலை வேண்டும்
என்பதுபோல் எனக்கென்று ஒரு வீடு கட்ட ஆசை

இன்பத்திலும் துன்பத்திலும் அரவணைக்க கணவன்
என்ற உறவு மேம்பட ஆசை.

உலகிலுள்ள மாமியார் அனைவரும் தன் மருமகளை
இன்னொரு மகளாய் பாவிக்க ஆசை.

தான் பெற்ற பிள்ளையின் பட்டமளிப்பு விழாவை காண
படிக்காத பெற்றோர்களின் ஆசை.

தாயின் வயிற்றில் இருக்கும் குழந்தை மீது தாய்க்கு
நித்தம் நித்தம் குழந்தையின் வரவை நோக்கி
எதிர்பார்ப்பு.

பெண்களின் மிகப் பெரிய எதிர்பார்ப்பு புகுந்த வீடு
சொந்தமாக அமையவேண்டும் என்று.

இன்றாவது கடவுள் நம்மீது கருணை காட்ட மாட்டாரா
என்பது பக்தர்களின் எதிர்பார்ப்பு.

ஆசிரியர் இன்று ஒரு நாள் பள்ளிக்கு வரக்கூடாது
என்பது தேர்வு எழுதும் மாணவர்கள் எதிர்பார்ப்பு.

பாலியல் வன்கொடுமைக்கு தண்டனை கடுமையாக
வேண்டும் என்பது மக்கள் அனைவரின் எதிர்பார்ப்பு.

சு. ஜெயசுதா
இளங்கலை இரண்டாம் ஆண்டு

ஆசிரியர் பயிற்சி

உன்னை பார்த்த பின்பு நான்

உன்னை பார்த்த பின் என்னுள் மாற்றங்கள் ஏற்படுமா?

உன்னை பார்த்த பின் யாரையும் காதலிக்க கூடாது

என்று இருந்த உள்ளம்

தடுமாறி தடம்மாறி போகுமா?

உன்னை பார்த்த பின் இதுவரை யாராலும் நிரப்ப

முடியாமல்

என்னுள் இருந்த வெற்றிடம் நிறைந்து தழும்பி

போகுமா?

உன்னை பார்த்த பின் இதயத்தின் வேலிசுவர்

உடைந்து உரு தெரியாமல் போகுமா?

உன்னை பார்த்த பின் பூட்டி இருக்கும் மனகதவு

மறைந்து போகுமோ?

உன் பார்வை உயிரை தொட்டு போகுமோ?

ஏனோதானோ என்று கடமைக்கு வாழ்பவள் உயிர்

பெறுவாளோ?

உன்னை பார்த்த பின் கோடி மின்னல்கள் என்னுள்

எழுமோ?

வாயாடியாய் திரிந்தவள் வார்த்தைகள் இன்றி ஊமை

ஆவேனோ?

உள்ளம் உருகியதால் உருவெடுக்கும் உணர்வுகளை

சொல்லாமல் போவேனோ?

உன் முகத்தை விட அகத்தை காதலிப்பவள்
ஆவேனோ?
உன் பேச்சின் ஓசையில் என் உதிரத்தில் பட்டாம்பூச்சி
சிறகடிக்குமோ?
உன்னால் சிறகு நீட்டுபவள் ஆவேனோ?
உன்னிடத்தில் மட்டும் என்னை மீட்பவள் ஆவேனோ?
காதில் மெல்ல காதல் சொல்ல..
உன்னை சந்திக்கும் நாள் எப்போது.?
கைகள் கோர்க்க காத்திருக்கிறேன்....

மேக்னா முத்துராமன்

என்ன அர்த்தம்?

அருகில் வா...

ஆத்திரம் கொள்ளாதே...

அன்பால் அணை...

மனதோடு இணை...

கவிகள் மொழி...

காதல் பிழை செய்...

அசைவுகள் போற்று...

காதோரம் ஜிமிக்கி ரசி...

ஓயாமல் பின் வா...

வீட்டருகே நில்...

தம்பியிடம் தப்பி...

அண்ணனிடம் அகப்படாதே..

அப்பா பார்க்கிறார்...

ஏதிலியாய் ஏங்கு...

கடன் வாங்கி காதல் செய்...

காமம் வேண்டாம்...

கருணை போதும்...

அந்த ஓரக்கண் பார்வைக்கு

என்னதான் அர்த்தம்?

தினேஷ் குமார்

என் ஆசை...!

தமிழ் இசையைச் செவி சாய்ந்து

கவி மாலை தரணி திருத்த

நூல்கள் வண்ண மாளிகை செய்து

வாழ் நாட்கள் செல்ல ஆசை!

தாய் தந்தை கனவு - அதைச்

சரியான தருணம் நிறைவேற்றி

தமிழோடு இயைந்த சங்கமமாய்

இயற்கை மடி தவழ ஆசை!

தனிமையிலே காகிதமாய் மாறி

என் உயிரை எழுத்தாணி செய்து

தமிழாலே வர்ணம் தீட்டிய - கவி

பல புனைய எப்போதும் ஆசை!

ம.சுதா கவி சிவகங்கை

என் பேராசை

காற்றோடு கதைக்க ஆசை!

மரங்களின் சுவாசத்தை உணர ஆசை!

மழை பொழியும் முகிலின் நீர்வளத்தை காண ஆசை!

நட்சத்திரங்களின் எண்ணிக்கையை அறிவிக்க ஆசை!

மயில் இறகின் குட்டியை கொஞ்ச ஆசை!

குழந்தைப் பருவத்திற்கு குடி பெயர ஆசை!

பாலியல் வன்கொடுமைகள் அற்ற பிரபஞ்சத்தில் வசிக்க
ஆசை!

நாட்டுப் பற்றுடன் நலமாக வாழ ஆசை!

சமமான சட்டம் கொண்ட சமூகத்தில் வலம் வர
ஆசை!

விலைப்பட்டியல் பார்க்காமல் ஆடைகள் வாங்க
ஆசை!

என் ஆசைகள் யாவும் நிறைவேற வேண்டும் என்ற
பேராசை!

யாமினி

எதிர்பார்ப்பெனும் அவளின் ஆசைகள்

மாசற்ற அவள் மடியில்
மகாராணியாக தவழ்ந்திட ஆசை..
அவன் தோள் மீதேறி
இவ்வுலகை வலம் வர ஆசை..
அண்ணன் தங்கையிடம் அன்பாய் செல்ல சண்டைகள்
போட ஆசை..
தோளுக்கு தோளாய் சாய
நட்பெனும் உறவுகள் கிடைத்திட ஆசை..
சாதிக்கும் இவ்வுலகில்
சரித்திரம் படைத்திட ஆசை..
சாதியால் சமூகத்தை மறந்த இந்நாட்டில்
சமத்துவம் மலர்ந்திட ஆசை..
கலவி இல்லா தூய உலகில்
கற்புடன் வாழ்ந்திட ஆசை..
காம வெறியை கடந்து
பயமின்றி நடந்திட ஆசை..
காதல் என்னும் கவியுலகில் என்
கள்வன் கரம் கோர்த்து
பிணைந்திட ஆசை..
ஆயிரம் எதிர்பார்ப்புகள் அவளுள் ஆசைகளாய்..
நிறைவேறுமா இச்சமூகம் அவற்றை நிறைவேற்றுமா.

தஞ்சை தமிழச்சி அபிநயா

என் நாட்காட்டியே!

அண்ணனின் மடியில் பருவம் பூத்தும்
கடைகுட்டி செல்லமாய் நான் அமர்ந்த
நாட்களை பின்னோக்கி காட்டாயோ.?

பதினெட்டாம் ஆடி , அப்பாவின் கடை
பொரிமூட்டையும்,
பொட்டுகடலை முடிச்சுமாய்
அந்த சுவடுகளையேனும் காட்டாயோ..?

சொந்தங்கள்புடைசூழ மலைகோட்டை வாசலில்
ஒரு ரூபாய் முறுக்கின் ஆரம்ப புள்ளி தேடி அது சுக்கு
நூறாக்கிய
கதைகளை சொல்லாயோ..?

நான் மீண்டும் பிறக்க கடவேனோ?
அண்ணனினன் முதல் குழந்தையாய்
அப்பாவின் கடைகுட்டி செல்லமாய்...?

Saraswathy saravanan

என்னவை

இயற்கையால் வரைந்துவிட்ட வாழ்கையில்
வண்ணமிட்டு வாழ்ந்துவிட ஆசை...

செயற்கையாய் செறிந்துவிட்ட வழக்கத்தில்
எண்ணமிட்டு எழுதிவிட ஆசை...

பெயர்கையில் பிரிந்துவிட்ட உறவுகளில்
உரையிட்டு உறைந்துவிட ஆசை...

உண்மையில் இழந்துவிட்ட நினைவுகளை
காலம்தொட்டு கனவிலிட ஆசை...

என்னையும் ஏற்றுவிட்ட நின் இதயத்தில்
தூணிட்டு நிலைத்துவிட ஆசை...

எதிர்ப்பறியா எதிர்பார்ப்புகளுடன் நான்...

கோபிநாத் வீராசாமி

எண்ண(ம்)மெல்லாம் நீயே....

அவள் ஆசை என்னவென்று
சொல்லாமல் நாளும் இங்கு
நிறைவேற்றிய - தந்தை,

கண் கலங்கியபோது
கட்டிஅணைத்துக் கொண்டு
ஒன்றுமில்லை என்று சொல்லும் -அன்னை

ஒருவயிற்றில் இருந்து
இரு உயிராய் பிறந்து
அவளுடனும் அவளுக்காகவும்
சண்டை போடும் - அண்ணன்

மூவருந்தான் அவள் உலகம் என்றிருக்க...
மூவரையும் ஒன்றாக பிரதிபலிக்க...
கனவுகள் ஆயிரம்... காற்றில் மிதந்திட....
ஆசைகளுடனும்... எதிர்பார்ப்புகளுடனும்....
நான்காவதாக நான், அவளுக்காக... காதலுடன்...

S.Keshava Raj

எண்ணுவதெல்லாம் உயர்வுள்ளல்

முடிச்சவரம் செய்

பிழைதிருத்தம் பழகு

மூச்சிரைக்க மூச்சுவிடாமல் வசனம் பேசு

வாய்கூசாமல் மெய் புகழ் பொய் ஏசி புரளியைக்

கிளப்பு

இன்பத்தை அடகில் வை

துன்பத்தை அனேகம் விலைக்கு வாங்கு

தைரியத்தை பேணி காண்

பயத்தை பயபக்தியுடன் பந்தாடு

தேடிதேடித் பிழை, செத்து மடி!

பழி போடு பழைய பஞ்சாங்கம் பாடு

குண்டு சட்டிக்குள் குதிரை ஓட்டு

ஓட்டுநர் உரிமம் பெறு

நெருங்கியவர் வாழ்க்கையில் சராமாரியாக சாட்டையடி

அடி!

உன் விருப்பத்திற்கேற்ப விஸ்வாதத்துடன் விளையாடு!

குற்றங்கள் புரிந்து கும்மியடி மௌனத்தில் முனங்கு

எல்லாம் வல்ல இறைவனிடம் புலம்பு

மனசாட்சியை கைகூப்பி வணங்கு

தற்கொலைக்கு தூண்டு

தூண்டு காகிதத்தில் பிரச்சாரம் செய்

எதையாவது எழுது

ஆனால், எதை எதையோ எழுதவேண்டும் என்ற

வெறுப்புடன் மட்டும் எழுதாதே!

சாதித்து காட்டு சரித்திரம் படை

எல்லாம் உன் கையில் எழுச்சி பெறுவது நீ கனாகாணும்

எண்ணத்தில்!

பா.கவுசிகா (பார்கவி)

ஏஞ்சலுக்காக ஏங்கியிருந்தேன்

அனுராக பாடலை

அனுதினமும் பாடினேன்

அன்பே உனக்காக

ஆவலுடன் இருந்திருந்தேன்

நீ வருவாயென

நான் எதிர்ப்பார்த்தேன்

காதலை ஏற்பாயென

காத்திருக்கிறேன் காலமெல்லாம்

வாழ்க்கை நீயின்றி

முழுமை ஆகதடி

வாராய் காதலி

மாலை சூடவே

எந்நாளும் நான்

ஏஞ்சலுக்காக ஏங்கியிருந்தேன்

ரகசிய காதலன்

ஓராயிரம் கவிகள்

கல்லறை சென்றாலும்,

கர்வமாய் கவிகள்; எழுத ஆசை..!

காலங்கள் தந்த காயங்கள் பற்றி;

கவிகள் கதைக்க ஆசை..!

சுயநலமற்ற மானியத்தை கண்டு

புகழ்ச்சி கொண்டு; கவிகள் படிக்க ஆசை..!

மூடப்பழக்கத்திற்கு முட்டுக்கட்டை மையால்

என்னொரு கவிகள் பேச ஆசை..!

கருதாதக் காணங்கள் கண்டு;

எண்ணற்ற கவிகள் பாட ஆசை..!

பகடைக்காயாய் மாறும் பணம் பற்றி

பலமுறை கவிகள் பேச ஆசை..!

வன்மம் அற்ற நல்மணம் கண்டு;

வியந்து வரிகள் விரிவாக எழுத ஆசை..!

சாதனை சிந்தனையை எண்ணிப்பார்க்கும்,

கண்ணிகளை;

என்னிரு விழிகள் பேசும்...

ஓராயிரம் கவிகள்...

R.Royce Antony Prasath.B.A, LLB.,

கானல் கனவுகள்

ஆசை தான்

நீளமான கூந்தல் வேண்டுமென்று

கவலை இல்லா காலம் வேண்டுமென்று

காவியம் படைக்க வேண்டுமென்று

புளித்து போகாத உறவுகள் காண

சலிக்காத காதலை காண

பயம் இல்லா வாழ்வை வாழ

ஏழ்மை இல்லா வாழ்வை வாழ

எதிர்பார்ப்புகளும் ஏமாற்றங்களும் இல்லா வாழ்வை

வாழ

ஆசை தான்!

புவனா நாகராஜ்

காத்தாழ

படிக்காமலே பாஸ்!

படிப்பு முடிந்ததும் ஒரு கம்பெனிக்கு பாஸ்!

கல்யாணம் பண்ணிக்க அழகான பொண்ணு!

குடும்பத்தை அழகாக்க, வேணும் பெண்குழந்தை
ஒன்னு!

அவள் வளர்ந்து வாழ்வதை கண்ணால பாக்கனும்!

கல்யாணமே ஆனாலும், எனை விட்டு தொலைவு
போகாமல் இருக்கனும்!

கண் மூடும் முன்பு, அவள் குழந்தைகளோடு நான்
விளையாடனும்!

நான் இறந்தபின் அவளுக்கு ஏதாவது ஒன்னுனா,
புதைந்த என் எலும்புகள் ஆடனும்!

Pattathari

காத்துக் கிடக்கின்றேன்

பச்சை புல்வெளியில் தவழ்ந்திட...

பகலவன் ஒளியோ எந்தன் மேனியில் மின்னிட...

பறவையாய் நானும் பறந்திட...

பார் முழுவதும் சுற்றிட...

பலநாள் கனவாய் காத்துக்கிடக்கின்றேன்...!

இயற்கையின் வாசம் கொண்டு வாழ்ந்திட...

இனம் புரியாத மயக்கத்தில் மயங்கியே கிடந்திட...

இரவுப்பொழுதுகளை இரவாமலே கழித்திட...

இயன்றதை இவ்வுலகினில் மகிழ்வுடன்

செய்திடவே காத்துக் கிடக்கின்றேன்..!

கருமேங்களுக்குள்ளே காணாமல் போய்விட ஆசைக்

கொள்கின்றேன்..!

காற்றில் கரைந்து இசையாய் துளிர்க்க பார்க்கின்றேன்..!

கனவுகளை எல்லாம் காகிதத்தில் கொட்டித்

தீர்க்கின்றேன்..!

காகிதமும் பேனாவும் என்னோடு போட்டி

போடுகின்றன...

 கு.ரமேஷ்குமார்

குடிசையும் வீடும் கோயில் மாளிகை

கூரை பின்னிய குடிசை தான்

குடியிருப்பு மாளிகையடா

குட்டி கோபுரம் கட்டிடமே குடியிருக்கும் கோயிலடா

வசதி இன்னும் பார்த்ததில்ல

வாழும் இடமோ சொர்க்கமடா

நேத்து பேய்ந்த மழையில

இந்த கூரையும் ஒழுகுதடா

கொஞ்சம் சேர்ந்து பொழிந்தாலும்

கூரை மாளிகையும் பிச்சுகுது

ஏசி காத்துல இருந்ததில்ல

வீசும் காத்த சுவாசிக்க மறந்ததில்ல

பஞ்சு மெத்தைல படுத்ததில்ல

படுக்கும் பாயோ பஞ்சு விரிப்பு போல

இந்த நிலையும் மாறிவிட்டால்

எந்த உயரத்தில் நிமிர்ந்து பார்பேன்!

பூநிவாஸ்

காற்றோடு எனது ஆசைகள்

கொட்டிய நீராய் எங்கும் சிதறியதே
எம் ஆசைகள்..
சொல்ல வார்த்தைகளும் குறைவே,
சொர்க்க பயணங்களும் குறைவே..
ஏங்கிய மனமே!
இங்கு எதிர்பார்ப்பால் தானே,
என்னென்னவோ ஓடும் நம் நெஞ்சுக்குள் மாறும்
ஆசைகளுக்கு மடை என்ற ஒன்று உண்டா??
தேடி செல்வதில் தெளிவு எங்கோ?
தேவைகளும் அங்கேயே..
அன்பும் அரணாக,
அழகும் முரணாக,
ஆசைக்கு இங்கே..
எண்ண இயலா மண் துகளாய்
ஆசைகள் இங்கே ஏனோ..
விரல் விடும் அளவே பூரணம்..
தாகங்கள் தாகங்களாகவே, பல தாக்கங்களோடு எம்
வாழ்வில்..
எப்படியும் ஆசைகளும் கூடி, எதிர்நோக்கியவையும்
வரும் தேடி,,
நகரும் இவ்வாழ்க்கையில்..

மாதவன் கவிச்சிதறல்

குழந்தையின் ஆசை

தாய்மடியில் தவழ்ந்து

வெண்மேகத்தின் மீது ஆசைப்பட

தலையணை மிஞ்சும்

ஆறிலே ஆறடி ஆக

பத்திலே பந்தயத்தில் வெல்ல

பதினாறில் வானூர்தி இயக்க

ஐந்திலே கனவு கண்டான் மனிதன்

இருபதிலே திருமணம் நடைபெறவும்

எதிர்பார்த்தான் எதேச்சையாக

தோன்றியவன் - செல்லும் இடத்தில்

மதிப்பு, புகழுக்காக ஏங்குகிறான்

அத்தனை ஆசையும் ஆறடியில் அடக்கமடா

ஏழையாயினும் எசமானாயினும்

எத்தனை எதிர்பார்ப்புகளாயினும்

எடுக்கப்போவது எட்டு பேர் தானே

அஜேஷ் ராம் ஜெ.ஜெ

சாதித்திட வேண்டும்!

வேற்றுமை பாராது
வேர்கள் துளிரிடவேண்டும்!
ஒற்றுமையாய் திகழ்ந்து
உலகம் செழித்திடவேண்டும்!

அக்னி குஞ்சாய்
பிறந்திட வேண்டும்!
எரியும் தகிப்பில்
தீண்டாமையை
தீயிலிட வேண்டும்!

மனிதத்தை மாற்றும்
சாசனங்கள் சரியவேண்டும்!
மக்களை அரவணைக்கும்
சமத்துவத்தை சாதித்திடவேண்டும்!

மாயாதி

சின்னச்சின்ன பேராசைகள்

அவர்களுக்கு எல்லாமே

நினைக்கும் முன்னே

நிறைவேற்றப்படுகின்றன..

அதனாலோ தெரியவில்லை என்

ஆசைகளும் பரிணாம வளர்ச்சியடைந்து

பேராசைகள் என பேர்வாங்கியது..

ஐந்து வயதில் அடைய நினைத்த

ஐந்து ரூபாய் பலூனிலிருந்து,

ஷோரூம் பொம்மையின்

மானம் காத்துக்கிடக்கும்

காஸ்ட்லி சட்டைவரை

பேராசைப்பட்டியல் நீண்டுகொண்டே

போகிறது..

ஒவ்வொரு முறையும் அதற்கு

முற்றுப்புள்ளி வைக்க முயன்று

தோற்றே போகிறேன்...

Soorya Elampillai

சிறகிழந்த பறவை

ஒவ்வொரு கன்னியின் கனவும்

தன் கண்ணாளனின் வரவை

எண்ணி விடிந்து மடிகிறது என்பேன்

அவளின் பால்ய நாட்கள் யாவும்

பாழாய் போனதே-கூண்டிலடைத்த

பறவையை போல்

சிறகு விரித்து பறக்க ஆசைகொண்ட

நாட்களெல்லாம் -மணமுடித்தபின்

நினைக்கும் யாவையும் நிகழ்த்திகொள்

என்னும் முட்டுக்கட்டை போடும் சமூகம்

என்னவன் வந்து என்னை மீண்டும்

பறக்க செய்வான் என்ற

அளவற்ற ஆசைகளும்

எதிர்பார்ப்புகளும் கொண்டு

அப்பாவியாய் காத்திருக்கும்

பின்னால் நிகழ்வது யாதென அறியாத

சிறகிழந்த பறவைகள்.

Madhumitha KKN

பெண்ணின் களாய காலம்

கருவறை பெட்டகத்தில் கன்னி நான் தங்கிய மாதம்
பத்து...
பெண்தான் வேணும் எனும் எண்ணாத சமூக களத்தில்
பெண் எண்ணிக்கை என்னால் உயர...
கண்மூடி திறந்த நாள் முதல் என் கைவிரல் தொட்டு
ரசிக்கும் முதல் ஆண் என் அப்பன்...
ஜாதகத்தில் எழுதாத பெயரெளாம் எனக்கு வைத்து ..
சண்டாளன் என்னை ரசித்த காலம் பொற்காலம்...
தாய் என்பான் சேய் என்பான் ..நீ தெய்வம் என்பான்..
நான் கேட்காத மொழி வார்த்தை எலᴑலாம் கேட்டு
சிரிப்பது போல அவனும் சிரிப்பான்...
வளர வளர அவன் மார்பின் மூச்சை என்னால் உணர
முடியாத தூரம் செல்ல...
கன்னி நான் பூத்ததில்..என்னை நான் மாற்றினேன்...
வெண்ணிலா மேக கூட்டத்தில் களைந்து தன்னழகை
காட்டுவது போல...
என்னில் நான் உருவ மாற்றங்கள் கொண்டேன்...
இசை கேட்க நேரம் கோடிட்டது..
என் இளமை புணர காலம் வரையறை இட்டது...
குழந்தை முத்தங்கள் ரசித்தேன்..
குட்டி நாய்க்கு அக்காள் ஆனேன்..
பின் தொடரும் பிசாசு(ஆண்) கூட்டம் ரசித்தேன்..

பொம்மைக்கு பெயர் வைத்தேன்..

அதற்கும் என் அறைதனில் இடம் கொடுத்தேன்...

கண்ணுக்கு மை இட்டேன் ..

கன்னி தமிழ் கவிதைக்கு என் காதல் தந்தேன்...

சேலை கட்டி ரசித்தேன்..

சற்று நடக்க நானும் நாணம் கொண்டு நனைந்தேன்...

படிப்பு எனும் மூட நம்பிக்கைக்கு அடிமை ஆனேன்..

பாட புத்தகம் வாழ்வியம் என மடமை தனத்தில்

கர்வம் கொண்டேன்...

தோழிக்கு ஆண் பெயர் வைத்தேன் ..

முறை மாமன் பட்டம் தந்தேன்..

சற்று காதலும் அன்பும் கலந்து தந்தேன்...

சிரிக்கும் போது கூட சத்தமாய் சிரிக்க இயலா

பெண்ணிய தேச பக்தி மத்தியில் என் புத்தி இழந்து

வாய் பூட்டி சிரித்தேன்..

கல்லூரி சென்றேன் காதல் கொண்டேன்

மனதிலே வைத்து மனதை துளைத்து மனந்தேன்..

திருமணம் தினம் ஒரு காதல்

கருவுற்றேன்.

மாதம் பத்து கடந்தது

இப்பொழுது எனக்கு

பெண் குழந்தை..

Ramnath T

மனிதனே!

நீ சாதிக்க பிறந்தவன்
ஆசை இல்லாத மனிதன்
இல்லை!

அரசு வேலை கனவு
அதை இரவு பகல் பாராமல்
படி மனிதனே!

சொந்ததொழில் கனவு
உழைப்பு மிக முக்கிய
மனிதனே!

ஆசைகள் இல்லாத
மனிதனே இல்லை!

மனிதனே! நீ சாதிக்க பிறந்தவன்
வாழ்க!.

மீ. இராம்குமார்

மனிதா இனியாவது சிந்திப்பாயா?

வளம்கொண்ட பூமியிலே வாழ்வை வென்றெடுப்பது
யாரம்மா......?
இயற்கை வளத்தினை வேறருத்தால் மனிதவளம்
தழைத்தோங்குமா...?
வாழ்க்கை என்பது தேவைக்கும், பற்றாக்குறைக்கும்
இடையே நடக்கின்ற போரம்மா...?
விலை மதிக்க முடியாத வலிமை என்பதோ துணிவு
ஒன்றே தானம்மா...!
தெளிவடைந்த மனதை அச்சத்தால் தேய்பிறை
ஆக்குவது வீணம்மா...!
விரக்தியில் வீழ்ந்தால் வெற்றியெனும் முத்தை எடுக்கக்
கூடுமா...?
வேறொரு வீட்டுக் குயிலானாலும் ஒப்பாரியைத்தான்
பாடுமா...?
விடாமுயற்சிக்கு வெகுமதியாய் தோல்விதான் வந்து
சேருமா...?
ஒழுக்கத்தினை ஓங்கி வளர்த்தால் குற்றங்கள்
காவியங்களாகுமா...?
தொன்மையான கலாச்சாரங்கள் தொலைந்து தான்
போகுமா...?
பாவ, புண்ணியத்தை நினைத்து பயணித்தால்
ஆணவக்கொலைகள்
தான் நடக்குமா...?
வருங்கால சந்ததிக்கு அதுவே வரலாறாகித்தான்
தொலைக்குமா...?
ஆதிகால வழக்கங்களை முழக்கங்கள் ஆக்கினால்
சாதியம் சாகாமல் இருக்குமா...?

வழிப்பறியாய் விஞ்ஞானமும் மாறி நிம்மதியை
சீர்குலைக்குமா...?
உழைக்காமல் இருக்க பழகிவிட்டோம்,பிறர் உழைப்பை
அபகரிக்கவா நாமும் பிறப்புற்றோம்...?
சகிப்புத் தன்மையை தாராளமாய் வளர்த்துக்
கொண்டோம், அதனால்.
பெற்ற தாய் தந்தையே முதியோர் இல்லத்தில்
சிறையிடவும் , துணிந்து விட்டோம்...!
அற்ப இலவசங்களுக்கு கையேந்திடும் அடிமை
ஆனோம்...!
அன்னை தேசத்தையே கொன்று புதைக்கின்ற கூரிய
கருவியானோம்...!
இனம்,மதம், சாதியை பார்த்துதான் இன்றுவரை
பாழாப்போனோம்...!
இருட்டினில் வாழ்ந்திடவே இயல்பாய் பழகிப்
போனோம்...!
கை ஓங்கி கேட்க வேண்டிய உரிமையை, கையேந்தி
கேட்கின்ற மனித இன கைதி ஆனோம்...!
கல்லாமையை
அகற்றிட போராடிய புண்ணிய பூமியில்...!
கல்வியை வியாபாரமாக்கிடும் கணவான்கள் பெருகியது
எப்படி...?
அறிவுச் செல்வான் கல்வியும் இன்றோ எட்டாக்கனி
ஆகியதே ஏன்...?
நான் எடுத்துரைத்தாலும், இடித்துரைத்தாலும்,கேட்க
மறுக்கின்றாய் பாரு...!
காலம் நடத்துகின்ற கசப்பான அனுபவங்களை நீயும்
தவறாமல் சுமப்பாய் பாரு...!
சாதி,மதத்தின் கைப்பாவையாகிப் போன தூய மனித
இனமே...!

வாக்குரிமையினை சுமந்துகொண்டு வாழுகின்ற
உண்மையான
நடைபிணமே...!
நீ வாக்கிற்கு விலைகுறித்து விற்றாய்...!
அதிகாரத்தினை வாங்கியவன் உன்
வாழ்க்கையையே
அகதியாக்கி விட்டான்...!
திணை விதைத்தால் திணையையே அறுக்கலாம்...!
நீயோ வினையை விதைக்கின்றாய், காத்திரு
அறுவடைக்கு அறுக்கப்படுவாய்...!
அதிவிரைவில் புவியை விட்டே அகற்றப்படுவாய்...!
மனிதா இனியாவது சிந்திப்பாயா...?

இளம் கவிஞர் சா.விஜயகுமார்

நாளை எதிர்பார்த்தே!

மங்கல்நாண் கயிறு..

மரணசாசனம் எழுத வைத்தது..

எந்தன் சிறகுகளுக்கு!

பிறந்த வீட்டில் சிறகடித்த

எந்தன் சிறகுகள்..

புகுந்த வீட்டினில்

புலம்பெயர மறுக்கின்றன!

எந்நேரத்திலும் சிறகடிக்கும்

சின்னஞ்சிறு பறவையே..

உன்னை போல் சிறகைவிரிக்க

என் மனதிற்கும் ஆசை!- இருப்பினும்

என்னுள் சிறைப்பட்ட சிறகுகள்..

சிறகடிக்க இயலாமல்

சிதறி கிடக்கின்றன..

சிறகடிக்கும் நாளை எதிர்பார்த்தே!

Sathiyabalan V

நெஞ்சம் கொண்ட நேசம்

ஒரு முறை கொண்ட ஆசையதை

இன்றளவும் மறக்கவில்லை

இதயத்தின் ஓரங்கள்...

இயல் இசை நாடகமாய் - நம்மை

இயக்கி வைத்த நொடிகள்....

நேற்றெந்தன் கண்களுக்குள்

நீரூற்றுப்போல் நீ வந்தாய்...

இருக் கைகள் ஏந்தி பற்றிக்கொண்டேன்

நீர்த்துளிகள் நிற்கவில்லை...

கசிந்தது விரலிடுக்கில்

என்னை விலகிச்சென்ற உன்னை போல்...

என் வசம் நீ என்று

நித்தம் என்னை நேசித்தேன்...

காற்றடிக்கும் வேளையிலே கயிரறுந்து போனாயோ

காற்றாடி ஆனாயோ...

உனக்கான என் அன்பும்

அடைக்கப்படாத பொக்கிஷமாய்

இன்றும் என் நெஞ்சடுக்கில்...

காவியா செங்கொடி

வாழ்க்கை..

அன்பு காட்டும் மானுடர்கள் நிறைந்த
அரண்மனை இது !
அழமாக நேசிப்போம் மனிதர்களை மட்டுமல்ல
பல இதயங்களையும் !
புத்திசாலிகள் நிறைந்த புதர் இது !
புத்தியைத் தீட்டுவோம் !
உறவுகள் நிறைந்தஉலகம் இது !
உண்மையாக இருப்போம்
நேசிக்கும் இதயத்திடம் !
ரோஜாக்கள் நிறைந்த தோட்டம் இது !
தாண்டத்தான வேண்டும்
ரோஜாக்களை மட்டுமல்ல
முட்களையும் தான் !
விழுந்து எழுந்து ஓடும்
விசித்திரமான ஓடுகளமிது !
இருள் சூழ்ந்த அறை இது !
வெளிச்சமாக மிளிர்வோம் !
முட்டாள்கள் நிறைந்த குளமிது !
நீந்தி வருவோம் முன்னேறவே !
எவ்வளவு துன்பம் வந்தாலும்
இவ்வளவு தான் வாழ்க்கையென கடந்துவருவோம்
சிறு புன்னகையுடன்...

த.நந்தினி (இதயத்தின் தாரகை)

வாழ்வின் கனவுகள்

ஆழ்கடலில் மீன்பிடித்து ருசிப்பதைவிட
ஆறுகளில் துள்ளி விளையாடும்
எழில்மிகு ருசிப்பதே
இன்பம்!
சந்தன மரத்தின் மணம் கானல்
நீராகுமே வேப்ப மரத்தடியில் தலை
வைத்து உறங்குவது ஈடாகுமோ
வாழ்க்கையில்!

க.க

விவசாயிகளின் நிலை

கடணப்பட்டு உடணப்பட்டு
வெதச்சுவச்சேன் வெதநெல்ல
கருக்கள்ள எழுந்து காபித்தண்ணி குடிக்காம
கலத்துமேடே கதியென கெடக்கேன்
எவ்வூட்டுப் புள்ளபோல பயிரும் வெளஞ்சு நின்னுச்சு
விஷேஷத்துக்கு வந்த விஷாலாட்சி மாமா சொன்னாக
மாப்ள மாசியில அருவடைக்கு ரெடியாய்க
மாமா சொன்னா மருப்பேதுங்க ஆகட்டும் மாமா
எவ்வூட்டு பெருசும் சொல்லுது மவராசன்
இந்தா இந்த அருவடை முடிச்சு மொதல்ல
பெரியவல முடிச்சுரு நானும் கண்ண மூடறதுக்குள்ள
கங்காச்சிய பாத்துருவேன்
எல்லாருக்கும் சந்தோஷம் பெரியவ மொகத்துல
வெக்கம்
லேசா பூவாணமா ஆரம்பிச்ச மழ மறுநாளு
வலுத்துக்கிச்சு
செய்தி பாத்த பெரியவ சொன்னா நைனா புயலாம்
நெஞ்செல்லாம் படபடக்க ஓடிவந்து பாக்கறேன்
ஆத்தீ கால்வெக்க முடியல மொலங்கால் அளவு
தண்ணி
ரெண்டுநாள் தண்ணில்லாம் வடிஞ்சுப் பாத்தா
என்ன சொல்ல அம்புட்டும் நாசமாப் போச்சு

என்ன சொல்லி யாரத் தேத்த

கடன்காரேன் ஒரு பக்கம் பெரியவ ஒரு பக்கம்

அரசாங்கம் கொடுக்கற அஞ்சுப்பத்த வச்சு சாப்படவா

வெளங்கல

எம்ம பாருங்க ஓலக்கத்துக்கே சோறு போட்ட நாங்க

இப்ப கை கூப்பி கை ஏந்தி நிக்கறோம்

அமுதகவி

அ .சையது அபுதாஹிர்

காத்தாடி காத்தாடி

ஆத்தாடி ஆத்தாடி பறக்குதடி காத்தாடி!

ஆற்றங்கரை ஓரத்தில ஆர்பறிக்கும் காத்தாடி.

இமைமூடி திறக்கும் படி பறக்குதடி காத்தாடி.

வண்ண வண்ண காத்தாடி வட்டமிடும் காத்தாடி.

வாண்டுகளின் கையில் பறக்குதடி காத்தாடி.

வளைந்து வளைந்து

நெளிந்து நெளிந்து சுழலுதடி காத்தாடி.

குன்றுகள் மேல்நின்று குதுகளித்து விடும் காத்தாடி.

காற்றடிக்கும் திசையை பார்த்து கவர்ந்து இழுக்கும்

காத்தாடி.

சிக்கனமாய் செலவின்றி சிலிர்க்க வைக்கும் காத்தாடி.

இறக்கைகள் நான்கு கொண்டு சக்கரம் போல்

சுழலும் காத்தாடி.

பார்க்க பார்க்க பரவசம்

பரக்குதடி காத்தாடி.

சிறுவர்களின் கையினிலே சிறகடிக்கும் காத்தாடி.

ஆடிக்காற்றில் அலைபரிக்கும் காத்தாடி.

காத்தாடி காத்தாடி உன்னை கண்டு மனம் பறக்குதடி

கூத்தாடி.

ஜெ. கோகுல்

விஷக் குப்பி

உறவென்னும் குப்பியில்;

தேனாய் ஊற்றிய எதிர்பார்ப்புகள்,

அதை பருக காத்திருக்கும் காதலன்.

அவன் எதிர்பார்ப்புகள் ஓரிடத்தில்-

பொய்யாய் போக,

சிறு துளி விஷமென'

சந்தேகம் குப்பியில் விழுந்திட.

தேன் என நினைத்து,

அதை பருகி அவன் மயங்க;

கீழே விழுந்து சிதறிப்போன குப்பி

Vahith

75

9 789392 507199